சிற்பியின் வனவாசம்

நூலாசிரியர்
குமரி தமிழி

தொகுப்பு
ஒலி எழுப்புத் தோழமை

aelay
publish

சிற்பியின் வனவாசம்

கவிதை

ஆசிரியர் : குமரி தமிழி ©

முதல் பதிப்பு : ஆகஸ்ட் 2022

வெளியீடு : ஏலே பதிப்பகம்

5/175, பாத்திமா நகர், கூத்தென்குழி,

திருநெல்வேலி - 627104

தொடர்புக்கு : +91 9944992571

Sirpiyin vanavasam

Poetry

by Kumari Tamizhi ©

First Edition : August 2022

Pages: 65

ISBN : 978-93-5533-500-5

Aelay Publish

Contact : +91 9944992571

Designed by : Aelay publish team

என்னுரை

கவிதென்றல். ஸ்ரீ. ரேவதி.

M.A.,D.F.T.,CLIS.,DCA.
(குமரி தமிழி)
தந்தை பெயர்: ஸ்ரீதர்
சேலம் மற்றும் கள்ளக்குறிச்சி.

வணக்கங்கள்,

என் வாழ்வில் துணைநின்று என்னை வளர்த்து உலகறிய செய்த தந்தை, தாயினை வணங்கியும், என்னை பெறாத தமிழ் அன்னையை வணங்கியும் என்னுரையை தொடங்குகிறேன்.

இந்த நூலில் உள்ள ஒவ்வொரு வரிகளும் ஒவ்வொரு தருணத்தில் எழுதப்பட்டது. பல சூழ்நிலைகளை கற்பனை நிகழ்வாக்கி செதுக்கியது என்பதை எடுத்துரைக்கிறேன்.

இத்தொகுப்பு முழுவதும் தமிழ், அன்பு, நட்பு, ஆசை, காதல், இன்னல், தோல்வி, கற்பு, களவு, சமுதாயம் என பல கருத்துகளால் ஆனதாகும்.

அவை மட்டும் அல்லாமல் இவ்வரிகள் முழுவதும் தனிமை இரவின் வசத்தில் எழுதியது என்பதையும் இக்கணம் கூற விரும்புகிறேன்.

ஆகையாலே, வனவாசமாகி அவ்விரவுகள் அமைந்ததால் இந்நூலுக்கு "சிற்பியின் வனவாசம் " என பொதிய நினைத்த தருணமே இந்நூல்.

சேலம் மற்றும் கள்ளக்குறிச்சி.

வாழ்த்துரை

சிற்பியின் வனவாசம் என்கிற தலைப்பின் கீழ் இந்நூலை எழுதியிருக்கின்ற திருமதி ரேவதி ஸ்ரீ அவர்கள் நல்ல படித்த பண்பாளர் தமிழின் பால் பற்று கொண்டவர் சமூக அக்கறையுடன் தன் கவிதை திறனை கவிதை வானில் பாடி திரியும் குயிலாக சமூக விதிகளுக்கு குரல் கொடுத்திருக்கிறார் கலைவாணி சரஸ்வதியின் பரிபூரண அருள் இப்பாவைக்கு கிடைக்கட்டும் சமூகத்தில் நடக்கும் அக்கிரமம் அநியாயம் சீர்கேடு எல்லாவற்றிற்கும் தனது கவிதைகளின் மூலம் சவுக்கடி கொடுத்திருக்கிறார் விடுதலைப் புரட்சி பெண்ணின் எழுச்சி பெண்ணின் பெருமை விவேகம் உத்வேகம் முயற்சி வெற்றி காதல் வீரம் களிப்பு உவகை என பல பரிமாணங்களில் இந்த நூல் மிளிர்கிறது ஒரு சிற்பத்தை வடிக்க ஒரு சிற்பி ஒரு காட்டுக்குள் இருந்து முயன்று எப்படி கொற்றவை சிலையை உருவாக்குவானோ அது போல் இந்நூலும் வனவாசம் என்ற பஞ்ச பாண்டவர்களால் தர்மத்தை நிலை நாட்டியது போல காட்டுக்கு சென்ற ராமன் நடையில் நின்று உயர்ந்து

சீதாராமனாக வந்தது போல் இந்த சிற்பியின் வன வாசமும்
பூச்சரம் போல் மின்னுட்டும் அவர் இன்னும் சாதனைகள்
புரியட்டும் எல்லா வளமும் பெற்று வளர இறைவனை வேண்டி
வாழ்த்துகிறேன்.

அன்புடன்
முல்லை. அண. காந்தி ராமசாமி
தேவகோட்டை

வாழ்த்துரை

தாயும் தமிழும் எனதிரு கண்கள்,
எழுத்தும் எழுத்தாணியும் என் மூச்சு,
"அகர முதல எழுத்தெல்லாம் ஆதி
பகவன் முதற்றே உலகு"
தமிழ் மொழியின் வரலாறு உலகமே பறைசாற்றக் கூடியது.
எங்கும் தமிழ்,எதிலும் தமிழ் என்பதற்கேற்ப தமிழின்
பெருமையும்,குமரி தமிழின் பெருமையும், வளர்ந்து கொண்டே
தான் இருக்கிறது.இந்நூலின் ஆசிரியருக்கு உடலும் உயிரும்
தமிழ் தான் படித்தது முதுகலைத் தமிழ்,பணிபுரிந்தது
ஆசிரியராய்,தமிழின் பெயரையே புனைபெயராய்க்
கொண்டுள்ளார்,இவரது ஆசிரியர் இவர்க்கு குமரிதமிழி என்று
புனைபெயரிட்டு அழைத்துள்ளார். அன்றிருந்தே
இப்பெயரோடு வலம் வரும் அழகி குமரி, பெண்ணின் சமுதாய
வேட்கை,உரிமைக்குரல்,காதலின் சுவடு,நட்பின் இலக்கணம்,
பெண்ணின் பெருமை,சமத்துவம், மகத்துவம், ஆண்களின்
ஆதிக்கம் என பல முகத்தோடு எழுத்துக்களை செதுக்கியுள்ளார்

சிற்பி, ஆதலால் தான் 'சிற்பியின் வனவாசம் என தலைப்புக்
கொடுத்து தன்னைத் தானே வடிவமைத்துக்
கொண்டுள்ளார், என்றும் இவரின் புகழ் தமிழ் போல் வாழ்ந்து
தொன்றுதொட்டு வழங்க வேண்டும் என்று ஆசிரியர் ரேவதி ஸ்ரீ

அன்புடன் வாழ்த்துகிறேன்.
கா. அண்ணாமலை
உதவிப் பேராசிரியர்
தேவகோட்டை

வணக்கம்

பூங்காற்று வந்து புன்னகைச் சிந்த !
புதுப்பொலிவுடன் விடியலும் விடிய !
சூரியன் வந்து கண் சிமிட்ட !
இமைகள் என்ற சாளரம் திறந்து !
இயற்கையை சுவைக்க இன்முகத்துடன் வாருங்கள் !

முதல்

கண்ணீர் வெப்பத்தால் - என்
கவிகள்
முழுமை பெறாதோ! என்ற எண்ணம்
மனம் முழுவதும் ......

அன்பு

நாம் வாழ்க்கையில் வெற்றி பெற ஆயிரம் புத்தகங்கள்
இருந்தாலும்
"" நம் வாழ்க்கையில் சந்தோஷமாகவும் நிம்மதியாகவும்
வாழ""
"" நம் மீது அன்பு கொண்டவர்களால் மட்டுமே
முடியும்""

உன் நினைவுகள்

"நான் உன்னை பிரிந்தாலும் என்றும் தனிமையாய்
இருந்ததில்லை,
காரணம்,,,,
என்னுள் நீங்காதிருக்கும் உன் நினைவாள்".......
"நீ என்னை விட்டு சென்றவுடன் என்னை மறந்திடலாம்
என்று என்னாதே,,,,
அது உன்னால் முடியாது,,,, கனவிலும் கூட".......

ஏழி விவசாயி

அன்னாந்து பாத்துப் பாத்து
ஆறேழு வருசாச்சி!
இன்னும் காத்திருக்கோம்,
ஈரம் கண்ணில் கூடயில்ல.
உண்ண சோறுண்டா?
ஊத்தெடுக்கும் நீருண்டா?
எட்டுவழிச் சாலயில,
ஏத்தந்தான் இங்குண்டா?
ஐயா! ஆட்சியரே!
ஒய்யாரக் கோட்டையரே!
ஓலம் இடுகின்றோம்!
உங்காதில் கேட்கலயா?
பயணம் வெரசாகப்
பயிர்நிலத்த பறிக்காதீக!
வயல வளச்சிப்புட்டு
வளர்ச்சினு தான் மழுப்பாதீக!
சயிரன் வச்ச வண்டி,
சர்க்காரு ஓட்டும் வண்டி,
நீட்ட டேப்பெடுத்து
நிலம் பிரிக்க வந்துருக்கே!
பயிரு வச்ச நிலம்!
புல்டோசர் ஏறயிலே,
வயிறு எரியுதய்யா!
வொயிட் கோட்டுப் போட்டவரே!
ஏழ விவசாயி
ஏதேதோ உளறிப்புட்டேன்!
என்னையும் துரோகியினு
சிறைக்குள்ள அடச்சிடுங்க!

ஏர்பூட்டும் இளைத்தவன்

கார்முகில் கசிந்திடும்
கண்ணீரில் வாழ்ந்தவர்
பார்முகம் மலர்ந்திடும்
பசுமையை வளர்த்திடும்
ஆர்வலர், அழுகையை
அறிந்தவர் யாருண்டு?
நிலமுண்டு நீரில்லை
குலமுண்டு சோறில்லை
வளமென்று ஏதுமில்லை
இருப்பினும் இவனோ
பசித்தவன் புசித்திட
இராப்பகலாய் உழைத்தவன்...
பசுமை,
வளர்த்திட நினைத்தவன்
வாழ்க்கையைத் தொடர்ந்திட
வழியென வகுத்திட
வந்தவன் அவனோ!
கல்லில் கண்டிடும்
இறைவன் (கடவுள்) போலவன்
கண்முடிப் போகிறான்...
ஆளும் முன் அசைந்தவன்
ஆளுகையில் அசந்தவன்
அயல்நாடு புகுகிறான்
காலமது மாறுமென
நாளும் கனா கண்டவரும்
கற்சிலை போலுமொரு
வாழ்வியல் காணுகிறான்....
வாழும் சந்ததி (மாந்தர்கள்)
வீழும் ஓர்தேதி
வருமென நினைத்தவன்

கருவினை கலைத்தவன்
மானிடம் அழியும்
ஓர்செயல் செய்கிறான்.....
நான்,
யாரிடம் சொல்லிட
வாய்மூடி வாழ்கிறேன்
ஏர்பூட்டும் இனத்தவன்
கயிற்றின் முனையில்
கல்லறை காண்கிறேன்......

பொங்கல் நாள்

அன்பு நிறையட்டும்..
ஆனந்தம் பொங்கட்டும்.....
இனியவை நிறையட்டும்...
ஈகை பெருகட்டும்...
உள்ளம் நிறையட்டும்...
ஊர் போற்ற நிலைக்கட்டும்.....
எட்டு திக்கும்
ஏழேழு ஜென்ம உறவு பந்தங்கள்
ஆசிர்வதிக்கட்டும்......
ஐம்புலன்களும் நம்மை
ஒன்றாக காக்கட்டும்.....
ஓம் எனும் மந்திரத்தை...உச்சரிகட்டும்...
ஒளவை மொழி நம்மை காப்பாற்றட்டும்....
அஃதே துணை கொண்டு நம்மை வழி நடத்தட்டும்.....
பொங்கல் நாள் நல்வாழ்த்துகள்.

உழவன் மகன் முகமது ஜைன்

கல்விகளை கற்று
கானகம் மறந்தே
கணிபொறிக்குள்ளும் கண்ணாடிக்குள்ளும்
ஒளிந்திட்டையாட
உழவன் மகனே
என்று உழவு கலப்பை வினவ
உழவன் மகனோ
பொருள் தேடி நகர் சென்று
இறுமாப்பு கொள்ளும் மானிடர் பலர்
நான் அவ்வகை இல்லை கேள் கலப்பையே
என் முப்பாட்டனின் ஏர் துருவேறியதில்லை
என் பாட்டனின் பட்டறைகள் தீர்ந்தபாடில்லை
என் தாத்தானும் அப்பனும்
வரவு நாலு காசு செலவு ஆறு காசு
என்றே கதிர் அறுத்தான்
இந்நாளோ கோவே மாய்க்குது எம்மை..
ஊதியம் பெறு நாள் போய்
ஊதியம் தரு நாள் வரும்...
என் உழவன் பெருங்குடி முப்பாட்டன்
தோள் சுமந்த கலப்பையே..
உன்னை மறவேன் என்று நினைத்தாயோ....
முகமது ஜைன்

என் கனவு

பல் ஒளியினிலே நிலவொளியை சுவைக்க வேண்டும் !
வளையோசை வரவை கண்டு !
நாணல் போல வளையும் நதியுடன் கலக்கவேண்டும் !
வர்ணஜாலம் செய்யும் வானவில்லுடன் வளைய
வேண்டும் !
கார்காலத்திலும் ஊர்கோல மேகமாய் மாறவேண்டும் !
சில்லுன்னு பூக்கும் செவ்வரளிப்பூவாக மாற வேண்டும்!
கார்முகிலில் கலை நிலவாக வேண்டும் !
இருள் கூட பசுமையயாகத் தெரிய வேண்டும் !
கலைநயத்துடன் சிலை வடித்து, அதில் கடவுளைக்
காண வேண்டும் !
சங்கீத வானில் என்றும் புன்னை மரத்துக் குயிலாகப்
பறக்க வேண்டும் !
நிலா என்ற நெத்திச்சுட்டியைச் சூடிக்கொண்டு !
எண்ணத்தின் காட்சிகளை வண்ணத்தில் நான் வரைய
வேண்டும் !
கல்வடியும் பூக்களுடன் காற்றோடு நான் கலந்தாட
வேண்டும்!
பச்சைக் கிளிகளை பல்லக்கில் ஏறி யாவது பார்த்து
சுவைக்க வேண்டும் !
மண்ணின் மகத்துவத்தை மனிதருக்கு உணர்த்த
வேண்டும் !
குருவி, மைனா, குயில்களுக்கு கிளை கொடுத்து உதவ
வேண்டும் !
தென்னங்கீற்றும், தென்றல் காற்றும் மொழி புரிய
வேண்டும்!

முத்துமலை மேகமாக மூங்கிலிலைக் காட்டில்
நகர்வலம் வர வேண்டும் !
இயற்கையுடனும், இசையுடனும் என்றும் நான்
உறவாட வேண்டும் !
என் வாழ்வில் என்றும் நான் வெற்றி வாகையையே சூட
வேண்டும் !
என் கனவும் -------!?

சமத்துவம்

" மலரென்று கூறினாய் மங்கையரை
மணத்தை நுகர்ந்துவிட்டு தூக்கி எறிவதாலோ?!
நிலவுக்கு நிகரென்றாய் அழகினை
அமாவாசையாக ஒருநாள் அழித்துவிடவோ?!
நதிக்கெல்லாம் மகளிரின் பெயர்சூட்டினாய்
கண்ணீர் கடல்சென்று சேரத் தானோ??
தமிழையும் நாட்டையுமே பெண்ணாக்கினாயே
தம் மனம் போல் ஆளமுடியு மென்றோ??!
மகளிரின் சமத்துவம் எண்ணியதுண்டோ – மானுடமே
மங்கையரின் மாண்பு ஏற்றுக்கொள்ள
விழைவதுண்டோ??!
அன்பின் உருவத்தை மதிப்பதுண்டோ - அவளின்
ஆற்றலை வளர்த்திட முனைப்புடன்
விரைவதுண்டோ??!
பெண்ணியம் போற்றும் சமுதாயமே
கண்ணியம் பெறும் சதாகாலமுமே!!
நன்னயம் தழைக்க வேண்டுமெனில்
எண்ணிடல் வேண்டும் பெண்ணிய சமத்துவமே!!"

புகை என்னும் பகை

புகை என்னும் பகை - அதை
சொன்னால் இளைஞர்களிடம்
பிறக்கும் பார் ஓர் நகை..!
புகையிலை எனும் பொருள் போட்டு - உன்
வாழ்கைக்கே வைப்பார்கள் பெரும் வேட்டு
அதை அறிந்தும் நாளும் நீ கேட்டு
பிணியை வாங்கிடுவாய் உன் நிதி போட்டு..!
உள்ளே சென்ற புகை அல்ல
வெளியே வரும் புகை - அது
உயிரை தரும் நுரையீரலின்
உயிரை எரிக்கும் புகை..!
வெள்ளை வடிவில் வந்திடுவான்..!
வினையை தந்து சென்றுடுவான்..!
உனக்கு மட்டும் வினையல்ல
உடனிருப்போருக்கும் அது வினையே..!
உணர்ந்திடு நண்பா நீ உணர்ந்திடு
உலகிற்கு நீ தேவையென உணர்ந்திடு..!
விரட்டிடு நண்பா நீ விரட்டிடு
விரல் தரும் வினையை நீ விரட்டிடு..!
உள்ளம் புகையினை மீண்டும் நாடினால்
உலர் திராட்சைதனை நாளும் நீ நாடிடு..!
பிஞ்சு நெஞ்சினில் நஞ்சினை விதைக்காமல்
நெஞ்சினில் நஞ்சினை புகைக்காமல்
வாழும் வாழ்க்கையை தொலைக்காமல்
தாய்தந்தையின் மன அமைதியை கலைக்காமல்
நண்பனையும் சேர்த்து கெடுக்காமல்
இவ்வுலகம் தூற்றிட வாழாமல் - நண்பா
வையம் போற்றிட வாழ்ந்திடு - இவ்
வையம் போற்றிட வாழ்ந்திடு..!

பழமை கலந்த பாரம்பரிய உணவு முறை

உலகின் வாழ்விற்கு மூலாதாரம் உன்னத உணவே!
உணர்ந்து உண்டால் அதுவே வாழ்வின் உயர்வு!
இயற்கை உணவை இசைந்து உண்டால்...
இளைஞர் போல் வாழலாம் எந்நாளும்!
வெந்த உணவை வேண்டிய மட்டும் எடுத்துக்கொள்!
பொறித்த உணவைப் போதுமென்று நிறுத்திக் கொள்!
இளைத்த உடலுக்கு இதமான எள்ளு!
கனத்த தேகத்துக்கு கடினமான கொள்ளு!
தேநீர் குளிர்பானம் தேவையில்லை உனக்கு!
தென்னையின் இளநீரோ தேவாமிர்தம் நமக்கு!
விதையுள்ள கனிகளை விருப்புடன் உண்டால்...
கால தேவன் கூடக் காலம் கடந்து வருவான்!
பானையில் வடித்த பழையமுது பருகி வந்தால்
பல நூறாண்டு வாழலாம் நலமாய்!
பருப்புடன் நெய் கலந்து பக்குவமாய்ச் சாப்பிட்டால்...
பள பளவென உடல் பாங்காக இருக்கும்!
சீரகம் கலந்த கொதி நீரை அருந்தி வந்தால்...
தீரா வயிற்று வலி தீர்ந்து போய்விடும்!
நாற்பது குவளை நீரை நாள் தோறும் குடித்தால்...
நாடி நரம்புகள் நன்றாக வேலை செய்யும்!
மனதில் இதை நிறுத்தி மறக்காமல் கடைபிடித்தால்...
மரண தேவன் மறந்தும் கூட நெருங்கமாட்டான்!
தண்ணீர் சிக்கனம்! தேவை இக்கணம்! !

புற்றுநோயை உருவாக்கும் கேடு தரும் பொருட்களை ஒழிப்போம்

புற்றுநோய்க்கான
நண்பனை ஒழித்திட - இன்று
ஓர் பயணம்.......
வாரீர்!
தென்றல் மனம் நெகிழ
மரக்கன்று விதைத்திட்டு
காற்று மாசுபாட்டை
ஒழித்திடுவோம்!
மூச்சு விட நிலை
பிராண வாயுவை
சுவாசிக்க இயலாத - அந்த
தருணம்!
ஒரு பக்கம் மனைவி
மறு பக்கம் மகள்
கதறும் கோலம்.... - நான்
சொன்ன இறுதி வார்த்தை...
மகளே
புகையிலை ஒழித்திடு
இவ்வுலகை விட்டு!
புகையிலை விவசாயம்
மறைமுக விவாசமாய்
விதைந்துள்ளதே.!
இன்றே ஒழித்திடுவோம்
மறைமுகமாய்!
நெகிழி - இன்
களிமண்ணாய் மறுச்சுழற்சி
விழித்திட துணை நிற்போம்...
மறுப்பின்
நெகிழியை சுழற்றி ஒழித்திடுவோம்!

இயற்கை உரமே
வலிமை என்று
விதைத்திடுவோம்.....
விஷமையான
செயற்கை உரத்தை
ஒழித்திடுவோம்!
புற்றுநோயை ஒழித்திட
இது - ஓர்
பயணம் !

கள்ளுக்கடை

ஏட்டில் எழுதின கல்வியும்
எட்டாக் கனியாய் இருக்க
எட்டு வயதுக் குழந்தையும்
எட்டி கள்ளுக்கடையை பாக்குது

பள்ளி செல்லும்
வழி தவறியதால்
போதை பயிலும்
இடமாக கள்ளுக்கடை

வருங்கால தூண்களாய்
எண்ணிய அப்துல் கலாமின்
கனவுகள் வழுக்கி விழும்
இடமாய் கள்ளுக்கடை

உணவுப்பொருள்(தானியங்கள்) கடையில் அரிசிக்காக
கா(ல்)மணி நேரம் கூட
நிற்க முடியவில்லை

காலையிலே
கடை திறக்கும் வரை
கால் கடுக்க நிற்கின்றான்
குடிமகன் கள்ளுக்கடையில்

குடித்த போதை மகிழ்ச்சியில்
குடி மகன்
உண்ண உணவில்லா சொல்லா
துயரில் உறவுகள்

தன் சாவை
தானே பணம் செலுத்தி
மாந்தன் உறுதி செய்து
கொள்ளுமிடமாய் கள்ளுக்கடை

கைம்பெண்களின் இலவச
மகப்பேறு நடக்கும்
மருத்துவமனையாய்
மதுக்கடைகள்

இமயம் தொட வேண்டிய
இளசுகள் சீரழிந்து
இன்று பாதாளம் வீழ
இயங்கும் கடை

மனமே நம் உறவே

தொப்புள் கொடி உறவில்,
தோல்விகள் பல
பலப்பரீட்சைகள்......

ஈன்றவள் தந்த
உறவில்,
இலக்கணம் அறியா
பிழைகள்.....

செல்வம் படைத்த
உறவில்,
செப்பனிடும் புதிய
பந்தங்கள்.......

விலைக்கொடுத்து
வாங்கும் உறவில்,
விலை மதிப்பற்ற பல
வில்லாகங்கள்........

தொலைந்து போன
உறவில்,
தெரியாமல் போயிட்ட
உண்மைகள்......

மதிக்காது போன
உறவில்,
மகத்துவம் பல
நிறைந்தவைகள்....

தேடிப்போன ஏதோ
உறவில்,
தேனீக்கள் வரம்
வேதனைகள்......

வரமென எண்ணிய
உறவில்,
வருண்டிடும் வளம்
மனோபாவங்கள்.......

சொந்தம் யாதென
சொல்லிடும் உறவில்,
சத்தியம் நிலை மாறும்
நிலைமைகள்....

நிழல் தானென
தொடரும் உறவில்,
நிரந்தரம் ஒன்றுமில்லாத
சூழல்கள்.......

குணம் கடந்த
சமூக உறவில்,
குறைகள் காண
இயலாத
கட்டாயங்கள்........

மனிதம் தேடிய
புனித உறவில்,
மனிதர்களின் நிறம்
மாறும் குணங்கள்!!!

இருக்கும் வரை என்னோடு பேச மறுத்தவள் ..

என் உயிரில்லா
உடலை கண்டதும் வாரி அனைத்து அழுகின்றாய்..
ஒருமுறை உன் ஸ்பரிசம் பட்டதற்கே
என் வாழ் நாள் முழுவதும் உன்னை நினைத்திருந்தேன்..
நீ சொல்லும் ஒரு வார்த்தைகாக என் உயிரை விடவும்
துனிந்தேன்...
ஆனால் இன்று உன் அங்கங்கள் என்மீது பட்டும்
கன்னங்கள் என் மார்பில் உறவாடியும் கண்ணீர்
துளியாள்...
கழுவிய போதும்
என்னால் உன்னை அணைத்திட முடியயவில்லை..
உன் கண்ணீர்
துளியை துடைத்திட முடியயவில்லை.

வாழ்க்கையில் சாதிக்கவே
கற்றுக் கொள்ளுங்கள்..!
வாழ்வில் உயர்வதையே
இலட்சியமாய் மாற்றுங்கள்..!
வாழ்க்கையை இயல்புநிலைக்கு
இயல்பாய் இயங்கவிடுங்கள்..!
வாழ்க்கையில் வரும் சவால்களை
சமாளித்துக் கொள்ளப் பழகுங்கள்..!
வாழ்க்கையின் சாராம்சமே
அன்பும் அரவணைப்பும் காட்டுவதே..!
வாழ்க்கையில் இன்முக விருப்பத்துடன்
மற்றவர்களுக்கு சேவை செய்யுங்கள்..!
வாழ்க்கையை துணிவோடும்
மனமகிழ்வோடும் பயணிக்க பழகவும்..!
இவையே வாழ்க்கையின் இரகசியம்..!
வாழ்க்கையில் சுவையூட்டும்
நட்புகளின் உறவை வளமாக்குவோம்.
வாழ்க்கையில் தொடர்ந்துவரும்
உறவுகளை அன்பால் மகிழ்விப்போம்.
வாழ்க்கையில் இனிளைப்போதும்
உன்னத அழகின் அழகாய் மணம்வீசும்.

பழுதில்லா பாலநிலா

தழுவிடத் துடித்தேன்- நீ
நழுவுற மீனா?
மொழுவிப் பூசிட்டேன்- நீ
முழுதும் தேனா?
எழுதிடப் படித்தேன்- நீ
என்னாத்தின் தூணா?
பழுதில்லா கணத்தேன்- நீ
பாக்களின் சுவையா?
நழுவம் போலவே- நீ
நாணமும் உனக்கா?
கழுவிட செல்லாதே- நீ
காரியக் காரியா?
மழுப்பிப் பேசிடும்- நீ
மங்கையரில் அரசியா?
பொழுதும் நினைத்திட -நீ
புதுவயிர புதையலே
கழுத்து வரையிலே- நீ
கவின் நிலவழகி
இழுத்து அணைத்தும்- நீ
எண்ணத்தின் சரிபாதி
விரும்பித் தாங்கவா.
ஆற்றங்கரை நீரோட்டமா?
விழுதும் எனக்குள்ளே- நீ
அழுது வடிப்பதில்- நீ

வாழ்வியல் சிந்தனை.

அன்னையோடு என் தாலாட்டு காதல்//
ஆண்டவனோடு என் இசைக்காதல்//
இயற்கையோடு இயைந்த என் இனிய காதல்//
ஈடில்லா உலகின் அன்புக்காதல்//
உலகமே ஒற்றுமை உணர்வை வளர்க்க உலகக்காதல்//
ஊரில் அனைவரும் நலமுடன் வாழ பிரார்த்தனை
காதல்//
எளிமையாக மனங்களில்
குடிக்கொள்ளும்கருணைக்காதல்//
ஏர்ப்பிடிக்கும் விவசாயிகள் வணங்கி இறைவன்
உருவில் அவர்கள் தோன்றிய முதல் காதல்//
ஐந்து நிலங்கள் என் இயற்கை அன்னை காதல்//
ஒருவருக்கொருவர் சேவை செய்து வாழ்ந்து வருவது
சேவைக்காதல்//
ஓடி ஓடி உழைத்து மக்களின் வேர்வைக்காதல்//
ஔவையார் வழியில் நின்று நாளும் படித்து தமிழ் மீது
காதல்//

நேரம் கடக்க
இதயம் துடிக்க
முயற்சி நடக்க
பாறை உடைக்க
உனக்காய் உலகமே காத்திருக்கிறது
மீண்டு வா
புது வரலாறு நீ படைக்க வா மகனே!

காற்றின் கனவே

அந்தி வேளையில்
சூரியன் சென்ற பின்
நிலவின் கரத்தில்
மாலை மடியில்

பேருந்து வந்து சேர
சில மணி நேர
காதல் காவியம்

சட்டென்று நீ பார்த்த
சிறு நொடியினில்
சருகானேன் சற்றும்
எதிர் பாரா
சில நொடி சிலையானேன்

இரு நொடி இமைத்திடா
பார்வையில்
பல நொடி உன் சிந்தையில் ஆழ்ந்தேன்

கனவு போல் கண் முன் வந்து
காற்றில் ஏன் மறைந்தாய்
கண்ணாலா

உன் நிறத்தாளோ
இல்லை
அழகாலோ இல்லை

நீ விட்டு சென்ற பார்வை
தைத்த காதல் முள்
இன்றும் என்னில்
ஆழ்ந்து பதிந்ததால்

என்றும் உன் நினைவினிலே
காற்றிலும் நீ தான்
கனவினிலும் நீ தான்
நீ விட்டு செல்லும்
மூச்சு காற்றில் கலந்து
எனை அடைய ஆசையில்
வாழ்கிறேன்
காற்றின் கனவே
நீ என்று நினைவாவாய்
என்னை வென்ற உன்னில்
காணாமலே காதலில் திளைத்து
நாளும் வாழ்கிறேன்
என்றும் என் இதய கூட்டினில்
நீ வாழ்வாய் என்று

என்னை கருவில் சுமந்த தாயை கண் கலங்காமல்
பார்த்துக் கொள்ள ஆசை தான்.!!!
என்னை தோளில் சுமந்த தந்தையை துயர படாமல்
பார்த்துக் கொள்ள ஆசை தான்.!!!

என்னை மணந்து கொண்ட மனைவியோடு
மகிழ்ந்து வாழ ஆசை தான்.!!!
என்னை இதயமாக நேசித்த உறவுகளுடன்
இனிமையாக வாழ ஆசை தான்.!!!
என் உடன் பிறந்த உறவுகளுடன் உண்மையாய்
வாழ ஆசை தான்.!!!
என்னிடம் துன்பம் என்று வந்தவருக்கு
தோள் கொடுக்க ஆசை தான்.!!!
என் முன் துன்பப் பட்டால்
துணை இருக்க ஆசை தான்.!!!
என்னை நீங்கள் எதிரியாக நினைத்தாலும்
இரக்கப்பட ஆசை தான்.!!!
எனக்காக எனக்காக ஏதுமில்லா ஆசைகள் தான்.!!!
என்னைப் போல் எல்லோரும் நலமாக வாழ்ந்திடவே
இறைவனிடம் முப்போதும் வணங்கிடவே ஆசை
தான்.!!!
ஆசைகளே ஆசைகளே அளவில்லா ஆசைகளே.!!!
அளவில்லா ஆசைகள் தான் அத்தனைக்கும்
காரணமாம்.!!!
அளவோடு ஆசைபடு அன்போடு வாழ்ந்து விடு.!!!

வாழ்வு

அன்னத்திற்காக ஏக்கம்
அம்மையப்பனுக்காக - என்
வாழ்வு
மலருமா! வறுமை தொடருமா!
வறுமையோடு உறவாட
வருகிறாள்........
பேதை பெதுமையென
பருவம் மாறினாலும் - அவள்
வறுமை மறையாதோ.....
அவள்
வயிற்றுக்காக
வண்ணம் தீட்டினாள்.....
திரை நகைகளுக்கு (மங்கை)......
அவள் பயணமும்
இரயில் பாதையானது - ஆனால்
முகவரி தெரியவில்லை - இருந்தும்
ஓடியது இரயில்......
மங்கையென்ற
மகிமை நெகிழ - சிறுபாதை
மலரை போல
அவளும் மலந்தாள் திரையுலகில்.....
மலரை
ரசிக்க நினைக்காமல்
ருசிக்க நினைத்தவரும்
பலர்.....

சிறுபாதை நகர்ந்து
முள்பாதையாய்
வீழ்ந்தது......
அவளின் தொடர் பயணம்
சாதிக்க தூண்டியது...
நகர்ந்த இரயில் பயணம்

வெற்றி பாதையில்
வறுமையும்........
தொடர்ந்தது இரயில்
பயணம்
வாழ்வு மட்டுமல்ல !
முடிந்தது....

சிறுகைகள் தொல்குதம்மா

அடிகுழாயில்
குருவியாக

ஆபத்தை உணராத
பாசத்தின் வெளிப்பாடு

குளியையும்
பொருட் படுத்தாத
அரும்பு

அம்மாவிற்கு
உதவிடும் குணமே
இதுதானே

பார்ப்போரை பதறவைக்குமே
சிறுமியைக் கண்டு

உருவமோ சிறுசு
செய்கையோ பெரிசு

கல்லமில்லா உள்ளத்திற்கு
பயமென்பது தெரியாது

பாசத்தில் நனைந்து
ஆபத்தில்
விளையாடுது

அண்டவிடாமல்
தடுத்திட வேண்டும்
அன்னையே

அன்பில் அரவணைத்து
ஆபத்தை உணர்த்திடவே

அம்மாவின் பொறுப்பு
உயிரினங்களுக்கு
இருக்கு

காலமிருக்கு பணிதனைச் செய்திடவே
செல்லம்

கனிவுடன் காத்திடவே
வேண்டுமே தாய்

எதற்காக நீ என் மேல் அன்பு வைத்தாய்..!!!
என் இதயத்தை உன்னில் தொலைக்கவா..!!!
இல்லை என்னை உனக்காக இழக்கவா..!!!

விபச்சாரி!!

இன்றைய
இரவுக்கணவர்கள்-
எத்தனை பேரென்பது
தெரியாது போனாலும்-இவளுக்கு
ஒன்று மட்டும் நிச்சயம் தெரியும்-
அது யாதெனில்....
குடும்பத்தின்
குடல் பசிக்கும்- தன்னை
குதறும் நாய்களின்
உடல் பசிக்கும் - முழுதும்
இரையானது போக- வாழ்வின்
மிச்சமென்றும்
எச்சமென்றும் - தனக்காய்
எதுவுமில்லை என்று!!
இதயம் தவிர
இன்ன பிற உறுப்புகள்-யாவும்
இற்று போய்விட்ட
இரக்காத பிணமாய்-
ஒவ்வொரு முறையும்
ஒவ்வொருவனுக்காக
உடை கழற்றும் போதும்,-கூடவே
உணர்வுகளையும் கழற்றிப்போட்டு
படுக்குமிவளின்
எண்ணம் யாதெனில்-
"எங்களை
தேவதையாக பார்க்க வேண்டாம்-ஆனால்
தேவடியாளாக பார்க்காதீர்கள் என்பதே!!!!"

பட்டாம் பூச்சியின் இமை,

அவள் இமைத்தால்
அதில் உதிர்ந்தது என் மனசு
கூறிய வாளின் முனை அழுத்தம்
ஒரு பார்வை

உச்சி வெயிலில் உதிர்ந்திடும் பனி
மழையாய் ஒரு பார்வை
உள்ளக்குளிருக்குள்ளே கோடை
வெப்பமாய் ஒரு பார்வை
முகம் மூடிய உறைக்குள் கயிற்றின்
இறுக்கம் ஒரு பார்வை
அடிக்கின்ற காற்றில் வெடித்து விழும்
பஞ்சு போல ஒரு பார்வை
தூண்டில் முள்ளில் அகப்பட்ட மீன்
துள்ளலாய் ஒரு பார்வை
உதிர்ந்து விழும் பூ, நிலத்தின்
காயமாய் ஒரு பார்வை
முழு நிலவின் ஒளிவெள்ளமாய்
ஒரு பார்வை
உடைபட்ட கரையில் உருண்டோடும்
வெள்ளமாய் ஒரு பார்வை
பார்த்துக்கொடிருக்கின்றாள்

இரவு மிகவும் குளிர்ந்து போயிருந்ததில்!
ஒதுங்குவதில் அவையிரண்டும்!
அவசரப்பட்டிருக்க வேண்டும்.!
அவள் மிகவும் கலைந்தும்!
அவன் மிகவும் களைத்தும்!
காணப்பட்டதிலிருந்து!
ஊகிக்க முடிந்தது இதை...!
காலை வேகமாக பனிக்குளிப்பு முடிந்து!

சூரியனை உடுத்தத் தொடங்கும் போதே!
அவை தம்மை விடுவித்துக் கொண்டன!
மேக அதி நே!
தவ சீயக் தென்ட என்பதே!
புணர்வின் இறுதியின் பின் அவள்!
தொடங்கிய முனங்கலாயிருந்தது!
ஒன்றுமே தெரியாதது போல!
ஒன்றுமே நடவாதது போல!
சிங்களமே தெரியாதது போல!
அவன் நடந்து போனான்!
கெறி வேசிகே புதா!
ரேயட ஓயா என்ட!
மங் பலாகன்னம்!
என்ற படி!
நேற்றுக் குளித்த பின்!
எடுத்து வைத்த!
சிரிப்பை உதட்டிலிருந்தும்!
பூவைத்தலையிலிருந்தும்!
களற்றி வைத்து விட்டு!
பொதுக்கிணற்றுப்பக்கம் போனாள்!
இரவைக்கு முன்பதாக!
மீண்டும்!
தொற்றுநீக்கிக் கொள்ளவென..!

சுயரம்

ஏற்கவே முடியாத!
பிரிவின் துயரமொன்றை!
ஒரு பெரும் மலைப்பாம்பு போல!
என்னில் சுமத்துவதாகவே!
அவனது பயணம் எனக்குள்!
இறுகியிருக்கிறது இன்னும்.!
தூக்கியெடுக்கவே முடியாத!
ஒரு கலர் நிழல் போலதான்!
என் அன்றாடத்தின் ஒவ்வொரு அசைவோடும்!
அவன் படிந்திருந்தான்!
அவனின் சிகரத்தின் மேல் நானும்!
எனதின் மேல் அவனுமாக!
ஏறியிருந்து கதைப்பதை வாய்பார்ப்பதில்!
அலைகளுக்குத்தான் என்ன கொள்ளை விருப்பம்..!
இப்படியாயிருந்தவனின்!
வெற்றிடத்தின் ஆழத்துக்குள் தான்!
அந்த மலைப்பாம்பு!
என் எலும்புகள் நொறுங்குமாறு!
இறுக்கி நோவடிக்கிறது!
அவன் இல்லாததைக்!
குத்திக்காட்ட வரும் காற்றின் உராஞ்சுதலில்!
பாதியில் நின்று போகும் பெருமூச்சும்,!
பெருஞ் சத்தமாய் வெடித்து அழச்சொல்லும்!
வெப்புசாரமுமாய்!

என் மனம் பிய்ந்து போகும்!
ஆனாலும்!
கொஞ்சமும் இரக்கமில்லை!
இந்தக் காற்றுக்கு..!
அவன் இருக்கிறான் என்பது பற்றியோ,!
அவனாகத்தான் இருக்கிறான் என்பது பற்றியோ,!
அவனின் ஞாபகங்களில் நான் வருவது பற்றியோ,!
எதையுமே இப்போது!
கொண்டு வருவதை நிறுத்திற்று!
கடல் தாண்டி வர!
செரியான மாய்ச்சலும்,!
சோம்பேறித்தனமும் அதற்கு!!
-அசரீரி
அசரீரி

அவளுக்காக நான்

முதன்முறைவந்த கோபமே
வெட்கமாய் மாறிப்போன
அதிசயம் நீ...!

எட்டிஎட்டி எனைப்பார்த்து
சிரிக்கும் குழந்தையின்
விளையாட்டு நீ...!

பட்டுப்போன மரத்திலும்
புதிதாய் துளிர்த்த
பசுமை நீ...!

உயிராவிவெளியேறி உருவான
முகிலிலிருந்து சிந்திய
முதல்மழைத்துளி நீ...!

அத்தனை தவிப்புகளையும்
புரிந்துக்கொள்ளும் ஒற்றை
விழியசைவுகள் நீ...!

எனக்கான ஏக்கங்களை
அதிகமாகவளர்த்தே உதிர்ந்துபோன
கூந்தல் நீ...!

தொலைதூர மலையில்மிளிரும்
விளக்காய் மாறிப்போன
மூக்குத்தி நீ...!

பூவில்விழுந்து தேனைப்பருகி
அதிலேயே சிக்கித்தவிக்கும்
எறும்பு நீ...!

இதுவரை நானே
அறிந்திடாத தன்னம்பிக்கையின்
சிறுபுள்ளி நீ...!

அதிகாலை விடியல்களில்
இமைகளுக்குள் ஊடுருவும்
சூரியக்கதிர்கள் நீ...!

எனதுஎழுத்துக்களுக்காக உருகிப்போகும்
முதன்முதல் ரசிகனான
எழுதுகோல் நீ...!

விலகிநின்ற புள்ளிகளை
ஒன்றிணைத்த கோலத்தின்
கோடுகள் நீ...!

தினந்தோறும் கனவுகளில்
எனதுவிரல்கள் பறித்த
குறிஞ்சிமலர்கள் நீ...!

எனது தோல்விகளின் கதைகளில்
நீயாகவே எழுதிவிட்ட
கடைசிவரிகள் நீ...!

எவரும் கண்டிராத
கருமை வெண்மையின்
அழகியஉருவம் நீ...!

பாடுகையில் தவறுதலாக
வந்துவிடும் குரலின்
தேய்மானம் நீ...!

இவள்நடனத்தை பார்த்துரசிக்கும்
நான்குபேராய்(சுவர்கள்) மாறிப்போன
எனதறை நீ...!

சோகத்தின் சாயலாய்
முகத்தில் வழிந்தோடும்
எண்ணெய் நீ...!

காதில் எதைசொன்னாலும்
கேட்பதைபோலவே அமர்ந்திருக்கும்
நந்தி நீ...!

மாந்தனின் வளர்ச்சி

ஒளதசியம் குடித்து ஒளசீரத்தில் அமர்ந்தால்
மனிதன் ஒளடதம் தான் எடுத்துக்கொள்ள முடியும்.
ஆண்டுகள் கடந்தது
திங்கள்கள் கழிந்தது
மாந்தப் பிறவிகள்
வெற்றிச்செயல்கள் புரிந்ததா? என்ன?

குரங்கிலிருந்து பிறந்தவன்
கூன் நிமிர்ந்து நிமிர்ந்து நடந்தான்
விலங்குகள் முகம் மறைத்து
மாந்தமுகம் கொண்டான்.
ஒலிகளை மாற்றி
ஒளியுடன் பழக கற்றுக்கொண்டான்,
எல்லைக்கு ஏற்றார்ப்போல்
பேசவும் ஒன்றை கண்டு பிடித்தான்.
காடுகளில் சுற்றி அலைந்தவன்,
நாடி சென்ற இடத்தை நாடு என்றான்.
(அம்மணமாய்)உடைகள் இன்றி அலைந்து கிடந்தவன்
உடைகளை தேடித்தேடி அதையும் அடைந்தான்.

பழங்களை உண்டு காலம் கழித்தவன்
பசியை போக்க உணவு சமைத்தான்
கொள்ளை நோயால் தினமும் மடிந்ததால்
பண்டுவம் தேடிப்பிடித்து சாவையும் தல்லிவைத்தான்.
அறிவு கொண்டு உலகை வென்றான், வானத்தில் பறக்க
வானுர்தி படைத்தான்

விரல்களின் துணையால் உலகை இயக்கி
வெற்றிச்செயல்கள் பல புரிந்து வரலாறு படைத்தான்.
எல்லைகள் பிரித்து
தொல்லைகளை வளர்த்தான்

இனமொன்றை கண்டு பிறரை
கொன்றான்.
எல்லா இடங்களையும் எளிதாய் கடந்தான்
நாளுக்கு நாள் வளர்ந்து
நாகரிகம் என்றான்.
பணமொன்று கண்டான் குணத்தையே மாற்றினான்,
மனங்களை கொன்றான்
தன்னலம் தேடி களவுகள் செய்தான். (பிறர் பொருள்
பறித்தான்).
ஆளும் மாந்தன் என்றும்,
அடிமை மாந்தன் என்றும்
இரண்டாய் பிரித்து
மனித நேயம் கொன்றான்.
ஆயிரம் வளர்ச்சி கண்ட போதிலும்
அடிப்படை குணமே இன்றும் வாழுது.
உடல் அளவில் தேறிய வளர்ச்சி
மனதளவில் இன்னும் மாறவே இல்லை.
குரங்கிடம் இருந்து தோன்றிய மனிதனுக்கு
குரங்கை போலவே அறிவு இருக்குது
பறித்துப் பறித்து உண்பதைப்போலே
பிறர் பொருளை மனம் நாடுது.

மனிதனாக மாறியபோதும்
அவன் குணம் இன்னும் மாறவே இல்லை
பேச்சில் மட்டும் மாந்த நேயம் தெரிய
குணத்தில் அவன் இன்னும் விலங்கினமே.

குறிப்பு
பிறப்பு -அகவை
தினமும் -நாளும்
மனிதன்- மாந்தன்
உலகம் -குமுதாயம்

உயர்த்திடுவோம்

பெண்ணே

கற்சிலை
என்னை மயக்க
காமம் வருடின - என்
உடலோடு.....
சிலையானவள் - ஓர்
பெண்ணாவள்.......
மங்கை சிலை
பார்த்து
காமத்தை இழந்தவன்
நான்......
விழி கொண்டு
விழி நோக்கி
மயங்கினேன்... - உன்னை
கண்ட பிறகு.......

இவளின்
இதழ் ஓரம் சுவாசிக்க - நாழிகை
நேரிடுமோ.....
உன்னை கட்டி அணைக்கும்
தருனத்திலாவது - என்
காமம் தீருமோ.!
உன் கொங்கை
என்னை அழைக்கிறதே...
ரசிக்கவா....
முத்து மாலையே வெட்கப்படும்
இடை கொண்டவளோ
இவள்.....
சிலையே - உன்
பாத நடையில்
நடை பயில காத்திருக்கும்
காதலனேனேன்......
கற்சிலையே.....
உன்னை செதுக்கா
சிற்பி ஆனேன்....

அவசாரி

அவள்
என் அவுசாரி ! - என்
படுக்கை அறை
மட்டும்.........

செவிலியர்

அன்னை நகலானவள்
அறுவறுப்பு தெரியாதவள்
வைத்தியனுக்கு இணையானவள் - எம்
செவிலியர் தாய்......

ஆத்மா

என் இறுதி நொடிகள் துடிக்க.....
உன் நினைவு நொடிகள்
அலைக்கிறது......
விண்ணில் மறக்க.......

மனம்

நினைவான உணர்வு என்னில் வலமிட - உன்னில்
மலர்ந்த காதலை தருகிறேன்...
கள்வனே..

பார்வையில்லாய் நீயே

பார்க்க முடியாத உம்மை
பார்க்க துடிக்கிறது - எம்
கருவிழி
எதிர்ப்பார்த்த நினைவோடு - உம்மை
எதிரில் பார்க்க துடிக்கிறது - எம்
கருஇமை
வலியோடு போராடும் குருதியோடு
விழியோடு போராடி காத்திருக்கிறேன்.....
மீண்டும்
ஆசையாக நான் ....
உம்மை
மறுபிறவிலாவது பார்க்க முடியுமா என்று........

காதலித்துப் பார்

காதல் வந்தால்
கடுமையான விஷமும் அமிதம் தானே...
எப்போதும் வானில் மறப்பதுமான உணர்வு...
யார் திட்டினாலும் கேட்காத கனவு அலை....
பகலில் நட்சத்திர சோலை போல நினைவு....
நண்பனை விட்டு தனிமையில் மனஅலை....
உன்னை விட்டு நகரும் நாழிகையும் யுகம் என்றது.....
மறுநாளாவது பார்க்க முடியுமா என்ற தேடல்....
காதலித்துப் பார்..... - உனக்கும் புரியும்.....

தாயும் சேயும்

கண்ணே..
என் மகனே....
நான் பிள்ளையென உன்னை
பெற்றெடுத்தேனே....
இளமை வயதில்
வரைந்த காவியம் அது....
என் குருதி நெகிழ வைத்த
பேரோவியம் அது....
உன் அழுகையில்
நான் அழுதேன்...
உன் சிரிப்பில்
நான் சிரித்தேன்...
வருடம் தொடர்ந்தது..
மாதம் நகர்ந்தது...
நாள் ஓடியது....
நாழிகை விரைந்தது....
உன் காதலை பந்தமாய்
இணைத்தேன்...
பேரன் என்ற உறவு தந்தாய்......
என் பேரனோடு விளையாடிய
நாழிகையில் காலம் கழிந்தது... - பின்
முதுமை வரவேற்றது.... - உனக்கு
தாய் என்றொரு பாரம் தோன்றிய
அவ்வுணர்வை அறிந்தேன்....

உன்தன் ஒவ்வொரு வயதில் - நான்
இசைத்த கீர்த்தனையை
மறந்தாயே... மகனே!
பெற்றெடுத்த மகனை
தள்ளி வைக்க இயலவில்லை...
முதுமையில் தள்ளாடி நிற்காவும்
முடியவில்லை ... - இன்று
விட்டு செல்கிறேன்.... !
உன்னை அல்ல...!! - எம்
உயிரை...
உனக்காக......

பெண் ஜென்மம்

தடை
தாண்டி வினை ஏற்கும்
பாதையில் பெண்!
விதி
தாண்டி பயன் ஏற்கும்
பாதையில் பெண்!
புதிர்
தாண்டி பதில் ஏற்கும்
பாதையில் பெண்!
அவமானம்
தாண்டி புறம் ஏற்கும்
பாதையில் பெண்!
எதிர்ப்பு
தாண்டி புரட்சி ஏற்கும்
பாதையில் பெண்!
காமம்
தாண்டி சாதல் ஏற்கும்
பாதையில் பெண்!
பெண்மை
தாண்டி பயம் ஏற்கும்
பாதையில் பெண்!

கொடுமை
தாண்டி அடிமை ஏற்கும்
பாதையில் பெண்!
பெதுமை குருதி
கொதிக்கட்டும் - உமது
குருதி குளிரட்டும்......
பெண்ணை
தசையாக பாராமல்
உயிராக பார்.....

என் உணர்வு

இரவு நேரத்தை
துளைத்து விட்டு...
பகல் நேரத்தை தேடி
ஓடிக்கொண்டிருக்கிறது...
என் உணர்வு....
என் இதயக் கள்வனுக்காக....

ரசிகை

உன் குரல் ஒலித்த முன்
புதிதானாய் - இன்
கவிமதி
பார்த்த பின் - உன்
ரசிகை நானனேன்...

தமிழும் நானும்

அகத்தியத் தமிழை சுவாசித்தேன்!
பிறவி எங்கும் சுவாசமானாள்..
ஆலயத் தமிழை வணங்கினேன்!
மக்களோடு மக்களாய் இணைந்தாள்...
இசைத் தமிழை இசைத்தேன்!
சுரம் கேட்க வந்தாள்...
ஈழத் தமிழை
கேட்டுவ்வித்தேன்!
நானும் பயிலவா என்றாள்....
உயர்தனித் தமிழை எடுத்துத்ரைத்தேன்!
எடுத்துத்ரைப்பதும் நானே என்றாள்...
ஊர்த் தமிழை தேடுவித்தேன்!
மலர தொடங்கினேன் என்றாள்...
எழுத்துத் தமிழை பயிற்றுவித்தேன்!
நானே கற்றுத்தரவா என்றாள்.....
ஏக்கத்தோடு பார்த்தேன்! - நான்
உன் தாய் என்றாள்.....
நானோ
என் பிறவிக்கே தாய்
தமிழ்
என்றேன்.....

தமிழ்

அகத்தின் வெளிப்பாடு
அகத்தில் ...
வர்ணிக்க மாத்திரை
கொடுத்தவள் நீ ! - இன்று
உன்னை வர்ணிக்க
வரிகள் அமைந்ததோ. . .
குருதி முழுக்க
ஓடிக்கொண்டிருக்கிறாய்
என்னுள்..... - நீ
எந்நொடி நின்றாலும்
அந்நொடியே இறப்பேன்
உன்னோடு.!!
நான் சுவாசித்த - முதல்
மொழி
நீ தான்.....
நான் நேசித்த - முதல்
கவிதை
நீ தான்.....

நான் வர்ணித்த - முதல்
தாயும்
நீ தான்.........
என்றும் மறவேன்
உன்னை
அகத்தில் வைத்து....
உன்னை
மொழியால் வர்ணிக்க வில்லை
கவியால் வர்ணிக்கிறேன்.... - என்
அகத்தில் வைத்து.... - என்றும்
மகளாக நான்...
தாயாக நீ...
என் தாய்தமிழே....!!!

நகைச்சுவை வித்தகன்

நகைச்சுவை வித்தகனின்
தத்துவ பொழிவு- ஜனனம்
வரை தொடரும்.....
புதுப்புது அர்த்தங்களில் இணைந்த
எம் வித்தகன் பயணம்
மனதில் மறைய காட்சி....
சீர்திருத்தம் நிகழ
நகைசுவை தேர்வித்து
சுவையோடு சிந்தனை வரைந்த
மா கலைஞன் இவர்- உம்
சிந்தனை சுவையும், நகைச்சுவையும் - என்றென்றும்
வலம் பெறும் யுகம் வரை...

பன்முக தத்துவ விவேகானந்தரின்
நகல் இவரே..
நகை நயத்தை உணர்வில்
இணைத்தவர் இவரே..
சீர்திருத்த விதை துளிகளை மானிட மனதில்
விதைத்தவரும் இவரே.....
வெள்ளைப்பூக்களால் மலர்ந்த - உம்
படம் சிந்தனை உணர்வை மீட்டு தந்தது...
என்றென்றும் மக்களின் கலைஞனாக...
திரையுலக சின்ன கலைவாணராக...
சிந்தனை செல்வனாக...
தத்துவ வித்தகனாக...
என்றும்
வலம் வரட்டும் உம் பயணம்.....

அவருடன் சில நாள்

அப்பா
உணர்வின் ஒளியாய் - என்னை
ஈர்த்தவர் நீயே!
நான் பாறையாய் விதைத்திருந்தேன்- நீதானே
உளிக்கொண்டுச் செதுக்க தொடங்கினாய்
இடையில் ஏனோ
என்னை விட்டு மறைந்தாய்..
பாறையின் வடிவம்
பாதியில் முடிந்ததே
மீண்டும் எத்தனை உளிச் செதுக்கினாலும் - உன்
உளிக்கு ஈடாகுமா?
நீர் இடைவிட்ட பயணத்தில் தொடங்கி
என்னை நானே செதுகினேன் - இன்றும்
செதுக்குகக்கின்றேன் - உன்
உளிக்கு ஈடுஇணை இல்லை
மீண்டும் பிறப்பாய் என் வடிவில் - அன்றே
தொடரும் நீர் இடைவிட்ட பயணம்......
அப்பா
என்றும் மறவேன் உன்னை
என்றும் உன் மகன் நான்....